INSIGHT PUBLICA®

INSIGHT PUBLICA ®

Nadakkave, Kozhikode, Kerala
Tel:0495-4020666

Prathipaksham

(Malayalam Poems)

Radhakrishnan Perumbala

First Edition : March 2016

ISBN 978-93-85899-09-6
Printed and Published by
InsightinPublica Printers & Publishers Pvt Ltd.

പ്രതി
പക്ഷം

രാധാകൃഷ്ണൻ പെരുമ്പള

INSIGHT PUBLICA

കാസർകോട് ജില്ലയിലെ പെരുമ്പളയിൽ 1967 ൽ ജനനം. അച്ഛൻ ഇടയില്ല്യം മുത്തു നായർ, അമ്മ മേലത്ത് നാരായണിയമ്മ. കാസർകോട്ടും തിരുവനന്തപുരത്തുമായി വിദ്യാഭ്യാസം പൂർത്തിയാക്കി. കേരള സർവ്വകലാശാലയിൽ നിന്നും നിയമബിരുദവും സോഷ്യോളജിയിൽ മാസ്റ്റർ ബിരുദവും നേടി. ഇപ്പോൾ അഭിഭാഷകൻ.

വിദ്യാഭ്യാസ കാലത്തുതന്നെ എഴുതിത്തുടങ്ങി. സമാന്തരം, ഭൂമിയുടെ പൂവുകൾ എന്നീ കവിത സമാഹാരങ്ങളും ഗാന്ധിയൻ കമ്മ്യൂണിസ്റ്റ് എന്ന ഡോക്യു-ഫിക്ഷൻ സിനിമയുടെ തിരക്കഥയും പുസ്തകങ്ങളായി പ്രസിദ്ധീകരിച്ചിട്ടുണ്ട്.

ഭാര്യ: രമ. മക്കൾ : അനുപമ, ആദിത്യൻ

വിലാസം : രാധാകൃഷ്ണൻ പെരുമ്പള,
'തണൽ', ബേനൂർ,
പി.ഒ. പെരുമ്പള,
കാസർകോട് ജില്ല 671 317.

Cell Phone : 9447490964
e-mail : radhakrishnanperumbala@gmail.com

രാധാകൃഷ്ണൻ പെരുമ്പള

ഉള്ളടക്കം

ഇന്നിന്റെ കവിത; നാളെയുടെയും

എൻ. ശശിധരൻ

ബഹുലതകളുടെയും ബഹുസ്വരതയുടെയും വ്യാമിശ്ര മണ്ഡലമാണ് സമകാല മലയാള കവിത. ലോകത്ത് മറ്റേതെങ്കിലും ഭാഷയിൽ, ഇത്രയേറെ ആത്മസമർപ്പണത്തോടെ, ഇത്രയേറെ എഴുത്തുകാർ ആത്മാവിഷ്കാരം നടത്തുന്നുണ്ടാവുമോ എന്ന് സംശയമാണ്. കവികളുടെ എണ്ണം കൂടുന്നത് വെട്ടുകിളികളുടെ വരവുപോലെ പ്രകൃതി ദുരന്തമുണ്ടാക്കുമെന്നൊക്കെയുള്ള യാഥാസ്ഥിതിക സങ്കല്പങ്ങൾ ചില കോണുകളിൽ നിന്നായി ഉയർന്ന് കേൾക്കുന്നുണ്ടെങ്കിലും അവയെ അർഹിക്കുന്ന അവജ്ഞയോടെ തള്ളിക്കളയാനേ നിർവ്വാഹമുള്ളൂ. മാറുന്ന ജീവിതാവസ്ഥയുടെയും മൂല്യസങ്കല്പങ്ങളുടെയും സങ്കീർണ്ണതകൾക്ക് സർഗ്ഗസാക്ഷാത്കാരം നൽകാൻ കവിതയാണ് ഏറ്റവും ഇണങ്ങുന്ന മാധ്യമം എന്ന തോന്നൽ ഉണ്ടാവുന്നതിൽ കവികളെ കുറ്റം പറഞ്ഞിട്ട് കാര്യമില്ലല്ലോ. ആനുകാലികങ്ങളെയും മറ്റ് അച്ചടി മാധ്യമങ്ങളെയും ആശ്രയിക്കാതെ തന്നെ സ്വതന്ത്രവും നിർഭയവുമായി എഴുതാനും അവ വായനക്കാരിൽ എത്തിക്കാനുമുള്ള സൗകര്യങ്ങൾ ഏറ്റവുമധികം ഉപയോഗപ്പെടുത്തുന്നതും കവികളാണ്. കവിതകളുടെ ഈ ആധിക്യത്തിനിടയിൽ നല്ല കവിതകൾ വളരെക്കുറച്ചേ ഉണ്ടാവുന്നുള്ളൂ എന്ന കാര്യത്തിൽ ആശങ്കപ്പെടേണ്ടതില്ല. എക്കാലത്തും അത് അങ്ങനെ തന്നെ ആയിരുന്നുതാനും. പക്ഷേ, കവിതകളിൽ നിന്ന് സാമൂഹികതയും ചരിത്രപരതയും ദാർശനികമായ ഉൾക്കാഴ്ചകളും തീർത്തും അപ്രത്യക്ഷമായിത്തീരുന്നതിൽ ആശങ്കപ്പെടാതിരിക്കാൻ സാധ്യമല്ല. പുതിയ കവിതയുടെ പ്രശ്ന പരിസരം ഈ വിധം ചരിത്രനിരപേക്ഷമാകുന്നത് എന്തുകൊണ്ടാവാം? വൈയക്തികാനുഭൂതികളുടെ അവ്യക്ത സങ്കലനമെന്ന് വിശേഷിപ്പിക്കപ്പെടാവുന്ന, കേവലകൗതുകം മാത്രമുണർത്തുന്ന, വാഗ്ലീലകളാണ് ബഹുഭൂരിപക്ഷം പേരും കവിതയുടെ പേരിൽ ആവർത്തിച്ചു കൊണ്ടിരിക്കുന്നത്.

സംസ്ക്കാരത്തിന്റെ ഏറ്റവും ഉയർന്ന രൂപമാണ് രാഷ്ട്രീയം എന്ന് പറയാറുണ്ട്. രാഷ്ട്രീയം പ്രത്യയശാസ്ത്രപരമായും പ്രായോഗികപരമായും ജീർണ്ണാവസ്ഥയിൽ നിൽക്കുന്ന ഒരു സമൂഹത്തിൽ, കവിതയ്ക്ക് രാഷ്ട്രീയം ആവശ്യമില്ല എന്ന വാദം ശരിയല്ല. പടപ്പാട്ടോ മുദ്രാവാക്യമോ ആയി എഴുതപ്പെടുന്നതല്ല രാഷ്ട്രീയ കവിത. വ്യക്തിയും

സമൂഹവും തമ്മിൽ കാലദേശാതിവർത്തിയായി നിലനിൽക്കുന്ന വൈരുദ്ധ്യങ്ങളുടെയും സംഘർഷങ്ങളുടെയും നിയാമക സത്യം, നിലനിൽക്കുന്ന വ്യവസ്ഥയും അതിന്റെ പ്രത്യയശാസ്ത്രദർശനവും തന്നെയാണ്. മറ്റെല്ലാ കലാരൂപങ്ങളിലുമെന്നപോലെ കവിതയിലും, ഈ രാഷ്ട്രീയം പരിപ്രേക്ഷ്യം അന്തർലീനമാണ്. മനുഷ്യാനുഭവങ്ങളോടും അവയുടെ സാമൂഹിക സാംഗത്യങ്ങളോടും പരാങ്മുഖമായ സമകാല കവിതയുടെ പൊതുസ്വഭാവത്തോടുമുള്ള മൗലികമായ കലഹവും പ്രതിരോധവുമാണ് രാധാകൃഷ്ണൻ പെരുമ്പളയുടെ പുതിയ സമാഹാരത്തിൽ എനിക്ക് വായിക്കാൻ കഴിഞ്ഞത്. രാധാകൃഷ്ണൻ പെരുമ്പളയുടെ കവിതകൾ ഒന്നും ഭാവിക്കുന്നില്ല. അഥവാ, ഭാവിക്കലിന്റെ അഭാവം തന്നെയാണ് അവയുടെ സ്ഥായീഭാവം. അവ പുറംമോടികളിൽ, രൂപപരമായോ ഘടനാപരമായോ അഭിരമിക്കുന്നില്ല. അവനവനോടും മാധ്യമത്തോടും പുറംലോകത്തോടുമുള്ള ആർജ്ജവം കൊണ്ടുമാത്രം സാധ്യമാക്കാവുന്ന ആന്തരികമായ ബലിഷ്ഠതയാണ് സമകാല കവിതകളിൽ നിന്ന് അവയെ വേറിട്ട് നിർത്തുന്നത്. ആളും ആരവവുമായി തുഴഞ്ഞ് നീങ്ങുന്ന വലിയ പായ്ക്കപ്പലുകൾക്ക് പിറകിൽ ഒരു കൊതുമ്പുവള്ളത്തിൽ ഏകനായി, പക്ഷേ നിർഭയനായി തിരകൾ മുറിച്ചുനീന്താനുള്ള സർഗ്ഗാത്മക സ്ഥൈര്യം ഈ കവിക്ക് ലഭിക്കുന്നത് അങ്ങനെയാണ്.

കാണലിന്റെ അഥവാ വീക്ഷണത്തിന്റെ വൈരുദ്ധ്യവും വൈവിദ്ധ്യവുമാണ് രാധാകൃഷ്ണൻ പെരുമ്പളയുടെ കവിതകളെ വ്യതിരിക്തമാക്കുന്നത്. ഒന്ന് പലതായും പലത് ഒന്നായും ഞാൻ അവനായും (അവളായും) അവർ ഞാനായും, കൂടുവിട്ടുമാറുന്ന സ്വത്വസാന്നിദ്ധ്യങ്ങളുടെ ശ്രേണിയായി ലോകത്തെ കാണുന്ന ഒരു സവിശേഷ സമീപനം എല്ലാ കവിതകളിലും കണ്ടെത്താൻ കഴിയും. വൈയക്തികതയുടെ അതിരുകൾ ഭേദിക്കുന്ന ചരിത്രവൽക്കരണത്തിന്റെ ഉൾക്കാഴ്ചകൊണ്ട് കാവ്യാനുഭവത്തെ വിപുലവും മൗലികവുമാക്കാൻ ഈ രീതി സഹായകമാവുന്നുണ്ട്. അനുഭവങ്ങളുടെ ഏത് ആത്മനിഷ്ഠതയ്ക്ക് പിന്നിലും വസ്തുനിഷ്ഠതയുടെ ചരിത്രസത്യം ഒളിഞ്ഞിരിപ്പുണ്ടെന്നും അത് കണ്ടെത്തി ആവിഷ്ക്കരിക്കുകയാണ് തന്റെ ദൗത്യമെന്നും ഈ കവി കരുതുന്നുണ്ടാവണം. അനുഭവത്തെ ഒരു വൃക്ഷത്തെയെന്നപോലെ വെട്ടി അനുവാചകർക്ക് മുന്നിലിട്ട് ക്രൗര്യത്തിന്റെയും നിശിത പരിഹാസത്തിന്റെയും കോടാലികൊണ്ട് കീറിമുറിക്കുന്ന പരിചരണം കവിതകൾ സ്വയം വരിക്കുന്നത് അങ്ങനെയാണ്.

'ചില സത്യങ്ങൾ
അസത്യങ്ങളിലാണ്
പിറക്കുന്നതും പുലരുന്നതും'
(സത്യഗ്രഹം) എന്നും

'കുഞ്ഞുശവങ്ങൾ
എണ്ണുന്നതിന്റെ സുഖം
ഒന്ന് വേറെ തന്നെ' (ഗാസ)
എന്നും

'അലക്ക് വിശുദ്ധിയുടെ പര്യായമല്ല
പാരഡിയാണ്' (അലക്ക്)

എന്നും വായിക്കുമ്പോൾ, അപനിർമ്മിക്കപ്പെട്ട അനുഭവങ്ങളുടെ ബലിഷ്ഠത അനുഭവിക്കാനാവുന്നു. 'കാക്കകളുടെ കാര്യം' പോലുള്ള കവിതകളിൽ ഈ അപനിർമ്മാണം, വൈയക്തികത എന്ന 'മിത്തി'നെ പൊളിച്ചെഴുതാൻ ശേഷി നേടുന്നുണ്ട്. നീതിയെക്കുറിച്ചുള്ള വ്യവസ്ഥാപിത സങ്കല്പങ്ങളും നീതിപീഠത്തിന്റെ നിഷ്പക്ഷതയും രാധാകൃഷ്ണൻ പെരുമ്പളയുടെ പല കവിതകളിലും നിശിതവിചാരണയ്ക്ക് വിധേയമാവുന്നുണ്ട്. പച്ചയിലകളൊന്നും ബാക്കിയില്ലാത്ത നീതിയുടെ കരിഞ്ഞു തുടങ്ങിയ വൃക്ഷം എല്ലാ കവിതകളെയും ബന്ധിപ്പിക്കുന്ന ഒരു 'മോട്ടീഫ്' ആയി പലപ്പോഴും ഉപയോഗിക്കപ്പെടുന്നുണ്ട്.

കൊടികൾ മടക്കിക്കെട്ടി
ടൂറിനിറങ്ങിയ
പോളിറ്റ് ബ്യൂറോയും (അപ്പോത്തിക്കരി)
ജാതിമതവാണിഭക്കൊടികൾ
തഴച്ചുവളർന്നുനിൽക്കുന്ന

വഴിയോരങ്ങളും (കൊടികൾ) ഇതേ മോട്ടീഫിന്റെ അപര സാന്നിദ്ധ്യങ്ങളാണ്. കവിയുടെ രാഷ്ട്രീയ ജാഗ്രതയെ പൂർണ്ണമായും വെളിപ്പെടുത്തുന്ന കവിതയാണ് 'പ്രതിപക്ഷം.' എന്നും 'സൗവർണ്ണപ്രതിപക്ഷ'മായി നിൽക്കാൻ കഴിയാത്തവിധം പ്രതിസ്ഥാനത്തേക്ക് തള്ളപ്പെട്ട പ്രതിപക്ഷത്തെയാണ് ഈ കവിതയിൽ നാം കാണുക. പ്രതിപക്ഷത്തിൽ ഒരു 'പ്രതി'യും ഒരു 'പക്ഷ'വുമുണ്ട്. പക്ഷം കരിഞ്ഞ് പ്രതിക്കൂട്ടിൽ കൂടുക്കൂട്ടിയ പ്രതി നമ്മുടെ കാലത്തെക്കുറിച്ചുള്ള ഒരു ക്രൂര രൂപകമാണ്.

ഏറ്റവും പുതിയ ജീവിതസന്ധികളെ കാലാത്മകമായി എങ്ങനെ ആവിഷ്ക്കരിക്കും എന്നത് എക്കാലത്തും കവികൾ നേരിടുന്ന ഒരു വെല്ലുവിളിയാണ്. പുതിയ കാര്യങ്ങൾ പുതിയ ഭാഷയിലും പുതിയ ഘടനയിലും മാത്രമേ ആവിഷ്ക്കരിക്കുവാനാകൂ. ഈ വെല്ലുവിളിയെ അനായാസമായി അതിജീവിക്കുന്ന ചില കവിതകൾ ഈ സമാഹാരത്തിൽ വായിക്കാൻ കഴിഞ്ഞതിൽ സന്തോഷമുണ്ട്. 'ഉദ്ഗമനം' 'സെൽഫി' തുടങ്ങിയ കവിതകളിൽ രാധാകൃഷ്ണൻ സഫലമായി കോറിയിട്ട പുതിയ വഴിയിലൂടെയുള്ള പ്രയാണം, നാളെയുടെ കവിയായി അദ്ദേഹത്തെ അടയാളപ്പെടുത്തും എന്ന് എനിക്കുറപ്പുണ്ട്.

ഒത്തുകളി

വേനലായിട്ടും
മഴ പെയ്യുന്നുണ്ട്
മഴയുണ്ടായിട്ടും
വെയിൽ മങ്ങുന്നില്ല

മഴയും വെയിലുമുണ്ടായിട്ടും
കല്യാണത്തിന്റെ കുറുക്കന്മാർ
പന്തലിലിറങ്ങുന്നില്ല

വലിയ മഴ കഴിഞ്ഞതാണ്
പ്രളയ ജലം
ഒരൊറ്റ വെയിലിൽ തന്നെ
വറ്റിയതു മാണ്

ഉണങ്ങിക്കരിയാൻ
ഒന്നും ബാക്കിയില്ലെങ്കിലും
വെയിൽ ഒഴിയുന്നില്ല
മഴ ഒഴിയുന്നില്ലെങ്കിലും
തുള്ളി ജലവും ബാക്കിയില്ല

പതിരാണു മണ്ണിലെങ്കിലും
കൊത്തിപ്പെറുക്കാൻ
കോഴികളെത്തുന്നു

മഴയും വെയിലും
ഒത്തു കളിക്കുമ്പോൾ
കുറുക്കൻ കോഴികളെ
കല്യാണമാക്കുന്നു

●

(മാധ്യമം ആഴ്ചപ്പതിപ്പ് 2015)

സത്യഗ്രഹം

നഗരചത്വരത്തിൽ
സത്യഗ്രഹമാരംഭിച്ചപ്പോൾ
ആളുകൾ ധാരാളമായി
അവിടെ വന്നുചേർന്നു.

ആരാധകർ വിതറിയ
പൂവുകളിൽ നിന്ന്
ചിലർക്ക് മുള്ളുതറച്ചപ്പോൾ
സംശയമുണ്ടായി:
- ഇതു സത്യമോ?

വക്താവു പറഞ്ഞു:
- മുള്ളും പൂവും
സത്യം തന്നെ.
പക്ഷെ, സത്യം കൊണ്ടു
മാത്രം ജയിക്കാനാവില്ല.
ശത്രുവും സത്യം കൊണ്ടു
തന്നെയാണ് കളിക്കുന്നത്.

ക്യാമറയിൽ നിന്നു മാറി
വക്താവു വിശദീകരിച്ചു:
- അസത്യവും
ഒരർത്ഥത്തിൽ
സത്യം തന്നെയാണ്.

ചില സത്യങ്ങൾ
അസത്യങ്ങളിലാണ്
പിറക്കുന്നതും പുലരുന്നതും

പേരുവിളിക്കുമ്പോൾ
സത്യങ്ങളോടൊപ്പം
അസത്യങ്ങളും
എഴുന്നേറ്റു നിൽക്കുന്നു.

എങ്കിലും ഇവിടെ
അസത്യമില്ല.
ഗ്രഹിക്കാവുന്നതിലേറെ
സത്യം കരുതലുള്ളപ്പോൾ
അതാവശ്യമില്ല.

സത്യത്തിൽ
അല്പം ഉപ്പ്
കലരുന്നുവെന്നുമാത്രം

സത്യഗ്രഹത്തിൽ
ഉപ്പ് ഒരു തെറ്റല്ലല്ലോ.
ഉപ്പാണ് കുറുകുന്നത്.
●

('നേരറിവ്' മാസിക 2014)

മലബാർ എക്സ്പ്രസ്

പഠിക്കുന്ന കാലം
തിരുവനന്തപുരത്തെ
കോളേജിലെത്താൻ
തിരിച്ചു കാസർക്കോട്ടെ
വീട്ടിലേക്കും
ട്രെയിനിൽ പോയി-വന്നു
പതിവായി.

പതിവല്ല മുൻകൂർ
റിസർവേഷൻ
ജനറൽ ബോഗിയിൽ
ഇരുന്നോ നിന്നോ
പെട്ടികൾക്കുള്ള തട്ടിൽ
ചാഞ്ഞുകിടന്നോ പോകും;
ഉറങ്ങാറില്ല
യാത്ര തീരുംവരെ.

ഇരുട്ടിലൂടെ കുതിക്കുന്ന
മലബാർ എക്സ്പ്രസ്
കടന്നുപോകുന്ന നാടുകൾ
നഗരപ്രാന്തങ്ങൾ
നടുനിവർത്തുന്ന സ്റ്റേഷനുകൾ

തെളിഞ്ഞുമറയുന്ന
വിദ്യുത് പ്രകാശത്തിന്റെ
ക്ഷീരപഥങ്ങൾ

വിജനതയിലെ രാത്രിമരത്തിൽ
തൂങ്ങിയാടുന്ന
വെളിച്ചത്തിന്റെ
പക്ഷിക്കൂടുകൾ
നക്ഷത്രപ്പൊടിപ്പുകൾ

വിളക്കണയാത്ത ബോഗിയിൽ
ഉറക്കം പിടിച്ചവരുടെ
വിവശതകൾ.
നദിമുറിച്ചുകടക്കുന്ന
പ്രകമ്പനത്തിൽ
നടുങ്ങിയുണരുന്ന
കുഞ്ഞുകരച്ചിലുകൾ
കുടിച്ചുതീരാത്ത
മുലഞെട്ടുകൾ.

ഉറക്കത്തെയാട്ടിയകറ്റി
കൊട്ടിപ്പാടുന്ന കുസൃതികൾ
ഇരുട്ടുപുതഞ്ഞ മൂലയിൽ
ഒട്ടിയിരുന്നു കൊഞ്ചുന്ന പ്രണയം
പതുങ്ങിപ്പെരുമാറുന്ന രതി.
കലപിലകൂട്ടിവരുന്ന
കച്ചവടക്കാർ.

ഇരുണ്ട മഞ്ഞവെളിച്ചത്തിൽ
തെളിയാത്ത അക്ഷരങ്ങളിൽ
കണ്ണുറപ്പിച്ചുകൊണ്ട്
രാവെളുക്കുവോളം
വായിച്ചുതീരാത്ത പുസ്തകം.

സ്വപ്നജാഗ്രത്കാലങ്ങൾ
മുറിച്ചു കടന്നുവരുന്ന
കവിതയുടെ മിന്നൽദ്യുതി.

മുഴുമിക്കാത്ത കവിതയ്ക്ക്
വാക്കുകൾ തോന്നിക്കുന്ന
അടയാളങ്ങളുമായി
പെട്ടെന്നൊരു സ്റ്റേഷനിൽ നിന്നും
കയറിവരുന്ന ദൈവം;
ചിലപ്പോൾ ചെകുത്താൻ
അല്ലെങ്കിൽ-
അങ്ങനെയാരെങ്കിലും.

●

('ജനയുഗം' ഓണപ്പതിപ്പ് 2012)

പാലം

നദിക്കുകുറുകെ
പാലങ്ങളനേകം.

കരയിൽ നിന്നു
മറുകരയിലേക്ക്
ഗതാഗതത്തിനും
ഗതികത്വത്തിനുമായി
അനേകം പാലങ്ങൾ.

പല നാടുകളിലേക്ക്
തുറകളിലേക്ക്
തുറന്നിട്ട പാലങ്ങൾ

ആളുകളും വസ്തുക്കളും
വാഹനങ്ങളും
കടന്നുപോകുന്ന
പാതകൾ റെയിലുകൾ

ഇരുകരകൾക്കുമിടയിൽ
കരങ്ങൾ നീട്ടി
തുണയേകുന്ന
തുരുത്തുകൾ.

എങ്കിലും ദു:സ്വപ്നത്തിൽ
പേർത്തും പേർത്തും
മറ്റൊരു പാലം.
അനേകങ്ങളടിഞ്ഞട്ടിയായി
ഏകമായ പാലം.

പാലത്തിനു പലനിലകൾ
സായ്പും സാമന്തരും
പടുത്തുയർത്തിയവ

നിലയില്ലാത്ത നിലകളിൽ
നിലയ്ക്കാത്ത കാർണിവൽ

അണയാത്ത വെളിച്ചത്തിന്റെ
ഇരുൾപ്പരപ്പിൽ
നിരനിരയായ് നീങ്ങുന്ന
വാണിഭ യന്ത്രങ്ങൾ

അരികുകളിൽ
കൊതിയിലും രതിയിലും പുളയുന്ന
ഉടലുകളുടെ പ്രളയങ്ങൾ
ചതിയും മൃതിയും പതിയിരിക്കുന്ന
പിരിയൻ ഗോവണികൾ

നിമ്നോന്നതങ്ങൾ നികത്തി നീങ്ങുന്ന
ബുൾഡോസറുകൾ
ഏതോ മതത്തിന്റെ തലപ്പാവണിഞ്ഞ
പരിചാരകപ്പടയാളികൾ...

ഉടയാത്ത ഒരു പടുതിയായി
നദിയെ മൂടിയ പാലം
പാതാള വഴിയിൽ
മറഞ്ഞു
മറന്നേപോയ നദി.

●

(2013)

ചെറിയ ദൂരങ്ങൾ

ചെറിയ ദൂരങ്ങളാണ്
ദുഷ്കരം.

അമ്മ വീട്, അയൽപക്കം
പഠിച്ച സ്കൂൾ,
കുട്ടിക്കാലം കളിച്ചുതിമർത്ത
പുഴയോരം,
കിളിയൊച്ചകളുടെ
കുന്നിൻപുറം

വിദേശയാത്ര കഴിഞ്ഞ്
വിമാനമിറങ്ങിയാൽ
വീടെത്താനുള്ള കടമ്പകൾ

നിരത്തിലെ ദുർഘടങ്ങൾ
ഇടവഴിയിലെ
തെറ്റുന്ന തിരിവുകൾ

തുറിച്ചു നോട്ടങ്ങളും
തെറിച്ച ചോദ്യങ്ങളുമായി
വഴി മുടക്കുന്ന
വയൽവരമ്പുകൾ

കയറിയുമിറങ്ങിയും
കാൽകഴയ്ക്കുന്ന
ഒതുക്കുകല്ലുകൾ
ചെറിയ ദൂരങ്ങളാണു
ദുഷ്കരം

മടിയിലും മടുപ്പിലും
നീട്ടിവെയ്ക്കപ്പെടുന്ന
സന്ദർശനങ്ങൾ

ഒരു മതിലിനപ്പുറത്തെ
വീട്ടിൽ രോഗം ബാധിച്ചു
കിടപ്പിലായ സുഹൃത്ത്

അനിയത്തിയും കുട്ടികളും
താമസിക്കുന്ന
വാടക ക്വാട്ടേർസ്

സ്വാതന്ത്ര്യസമര സേനാനിയുടെ
മരിച്ച വീട്
കാറ്റത്തുപൊളിഞ്ഞു വീണ
പഴയ സ്കൂൾ കെട്ടിടം

മണലൂറ്റുകുഴിയിൽ
കുട്ടികൾ ആണ്ടുപോയ
പുഴക്കടവ്....

ചെറിയ ദൂരങ്ങളാണ്
ദുഷ്കരം
●

(ചന്ദ്രിക ആഴ്ചപ്പതിപ്പ് 2015)

ഗാസ

കുഞ്ഞുങ്ങളോളം അപകടകാരികൾ
വേറെയില്ല ഭൂമിയിൽ.

അതുകൊണ്ടുതന്നെയല്ലോ
ലക്ഷ്യമിടുന്നു ഞങ്ങൾ
കുഞ്ഞുങ്ങളെ, പരമാവധി.

തൊട്ടിലിൽ കളിവണ്ടിയിൽ
മുറ്റത്ത് സ്ക്കൂളിൽ
അയൽപക്കക്കളിമ്പങ്ങളിൽ
കളിച്ചുരസിക്കുന്ന
ഇവറ്റകളുടെ അഹങ്കാരം
സഹിക്കാനാവില്ല, ആർക്കും.

മുതിർന്നവരെ ഭയപ്പെടാനില്ല
ചിലപ്പോൾ ചിലർ
കലഹിക്കാനൊരുങ്ങുമെങ്കിലും
വേഗം തന്നെ ഒതുക്കാനാവും
അതുമല്ലെങ്കിൽ പരസ്പരം
പോരടിച്ച് ചത്തൊടുങ്ങിക്കൊള്ളും

അവറ്റകളെ കൊല്ലാൻ നടന്ന്
പാഴാക്കാൻ സമയമില്ല.

കുഞ്ഞുങ്ങളുടെ കാര്യം
പക്ഷെ എളുപ്പമല്ല.

ഒന്നും മറ്റൊന്നുപോലെയല്ല
ഓരോന്നുമോരോതരം
വെടിക്കോപ്പുകൾ

ഭയമോ അനുസരണയോ
ഇല്ലാത്ത തെമ്മാടികൾ
മെരുങ്ങാത്ത ഇവറ്റകളുടെ
ദുരൂഹമായ നീക്കങ്ങൾ.

ഇങ്ങനെ വളർന്നാൽ ഇവറ്റകളെ
പിന്നെ പിടികിട്ടിയെന്നുവരില്ല
തിരിച്ചുപിടിക്കാൻ വരും
മണ്ണും മാനവും

ഒരു വയസ്സുതികഞ്ഞിട്ടുണ്ടാവില്ല
ഓർഹാൻ എന്ന ആ ചെക്കന്.
വൃത്തികെട്ട ആ ഉമ്മച്ചിയുടെ
മുല ചപ്പിക്കുടിച്ച്
ഉറങ്ങുകയാണവൻ.

എല്ലാം മറന്ന് ഉറങ്ങുകയാണ്
അവനെന്ന് നിങ്ങൾക്ക് തോന്നും.

പക്ഷെ, അതാണോ?
അവന്റെ മുഖത്തെ
നിഗൂഢമായ ആ ചിരി
നിങ്ങൾ കണ്ടില്ല.

സ്വപ്നത്തിൽ അവന്റെ
ദൈവവുമായി ചേർന്ന്
എന്തോ ഗൂഢാലോചന
നടത്തുകയാണവനെന്ന്
ഉറപ്പാണ്.

അങ്ങനെ വിടാൻ പറ്റുമോ?
ഒരൊറ്റ ഷെൽകൊണ്ട്
അവനെ അവിടെത്തന്നെ
അവസാനിപ്പിച്ചു.

രണ്ടുവയസ്സുകാരൻ മലാക്കയെന്ന
കുപ്രസിദ്ധനായ ആ ഭീകരനെപ്പറ്റി
നിങ്ങൾ കേട്ടിട്ടുണ്ടാകും.
അവന്റെ കഥ കഴിക്കാൻ

ഒളിത്താവളം തന്നെ തകർത്തു.

സവാദ്, സൽമാൻ, ജമീൽ
അബുഗസൽ അങ്ങനെ
ഒട്ടേറെ ഭയങ്കരന്മാരെ
ഇതിനകം തീർത്തുകഴിഞ്ഞു.

നാനൂറ്റിതൊണ്ണൂറ്റിയേഴുകുഞ്ഞുങ്ങൾ
എന്നൊക്കെ പത്രക്കാരുടെ
ഒരു കണക്കുണ്ടല്ലോ
അത്രയുമായാൽ പോര.

സാരമാക്കാനില്ല.
ഇനിയുമുണ്ടല്ലോ സമയം
മതിയാക്കിയിട്ടില്ലല്ലോ, ദൗത്യം.

കുഞ്ഞു ശവങ്ങൾ
എണ്ണുന്നതിന്റെ രസം
ഒന്നുവേറെ തന്നെ.
●

(ജനയുഗം വാരാന്തപതിപ്പ് 2014)

പാമ്പ്

പാൽകുടിച്ചും പഴം നുണച്ചും
മകുടിയൂതവേ
ഫണമുയർത്തിയും
കളിയൊടുക്കം
കാഴ്ചവട്ടിയിൽ ചുരുണ്ടടങ്ങിയും
പതിവു ദർശനം

വേടനെഴുതുമീ നാടകത്തിലെ
കാടിനെത്ര നാൾ
കാവലാളാകണം മൂർഖൻ!

ഒരിക്കൽ കിടന്നു
മയങ്ങിയ മാളം
തടവിലേക്കുള്ള വഴിയായി.

നഷ്ടപ്പെട്ട ദംശനങ്ങളുടെ
ജാഗ്രത്കാലം
ഇണ ചേരലുകളുടെ ജീവാഗ്നി

പുറ്റുമണ്ണിന്റെ തണുപ്പ്
പുല്ലാഞ്ഞിപ്പൊന്തകളിലെ
ഇലയനക്കങ്ങൾ

ചപ്പും ചാമ്പലും മൂടിയ
വെളിമ്പറമ്പുകളിൽ
ഋതുക്കൾ തോറും
പടംപൊഴിച്ചുള്ള
പുനർജനി

പല്ലുപറിക്കപ്പെട്ടാലും
ശമിക്കാത്ത ആസക്തികളുടെ
വിഷം.

●

(മാധ്യമം ആഴ്ചപതിപ്പ് 2014)

ചിരഞ്ജീവി

മരണം മറ്റുള്ളവർക്കാണ്,
രോഗദുരിതങ്ങളും അപകടങ്ങളും
അവർക്കുതന്നെയാണ്;
എനിക്കല്ല.

മരണം അയൽപക്കത്താണ്
അന്യ-ജാതി-മതസ്ഥർക്കാണ്
മറ്റേ പാർട്ടിയിലുള്ളവർക്കാണ്

എന്റെ ഏതെങ്കിലും ബന്ധു
ഏതെങ്കിലും സുഹൃത്ത്
ഏതെങ്കിലും നേതാവ്
അതുപോലെ അയൽവാസി
മരിക്കുകയോ
രോഗപ്പെടുകയോ
അപകടത്തിലാവുകയോ
ചെയ്തേക്കാം.

അത്തരം ദു:ഖങ്ങൾക്ക്
എനിക്കും അവകാശമുണ്ട്.

ഞാനതിൽ ദു:ഖിക്കുന്നു
അവിടെ സന്ദർശിക്കുന്നു
വേദനയിൽ പങ്കുചേരുന്നു
ആശ്വസിപ്പിക്കുന്നു സഹായിക്കുന്നു
റീത്തുവെക്കുന്നു പ്രസംഗിക്കുന്നു.

അതിനൊക്കെയായിട്ടല്ലേ
ഞാനിങ്ങനെയിവിടെ
ചിരകാലം

●

(വരാദ്യ മാധ്യമം 2014)

ജോക്കർ

കൊയ്ത്തുകഴിഞ്ഞ കൊളുവിൽ
ചെണ്ടുകളിക്കുമ്പോൾ
കുന്നുകളും കൂടെക്കളിച്ചു.

കൂകി വിളിക്കുമ്പോൾ
കുയിലുകൾപോലെ
ഏറ്റുകൂവുന്ന കുന്നുകൾ

ചേടിയിൽ വരച്ച
അതിരുകൾക്കപ്പുറം
എട്ടുദിക്കിലും നിന്ന്
കളിമ്പമൊരുക്കുന്നവ

വരതെറ്റിവീഴുന്ന ചെണ്ടുകളെ
പെരുങ്കാലിൽ കുടുക്കി
നിർത്തുന്ന മന്തൻകുന്ന്

ആകാശത്തുപായുന്നവയെ
മൂർദ്ധാവുകൊണ്ടുതട്ടിയിടുന്ന
മുടിയൻകുന്ന്

മേഘപാളിയിലൊളിക്കുന്നവയെ
മരക്കൈകളാലെ തെറിപ്പിക്കുന്ന
കൊമ്പൻകുന്ന്
തുറിച്ചപാറച്ചുമലുകളിൽ
ചെണ്ടുകളെ അമ്മാനമാടുന്ന
കുന്നാറക്കുന്ന്

പിടിതരാതെ നൂണുപോകുന്നവയെ
മടിയിലൊളിപ്പിച്ചു
കുസൃതികാട്ടുന്ന മാണിച്ചിക്കുന്ന്.

കളിച്ചുവിയർത്ത്
മുഖം കഴുകാൻ
ഒറുവിൽ കുനിഞ്ഞു നിൽക്കേ
തേവിക്കുളിപ്പിക്കുന്ന
തേയിക്കുന്ന്

മാവിലെറിഞ്ഞ കല്ലുകളെ
മഞ്ചാടിമണികൾക്കൊപ്പം
പെറുക്കിക്കൂട്ടുന്ന
ചോയിക്കുന്ന്.

കുട്ടിക്കാലം കടന്നുപോകെ
കുന്നുകളും അകന്നുപോയി
കോളേജിലേക്കും കോടതിയിലേക്കുമുള്ള
വഴിവക്കിൽ അവ
അരികുചേർന്നു നിന്നു

ചിലപ്പോൾ അവയുടെ
ചുവന്ന പാറച്ചെത്തുകളിൽ
ചില ചുവരെഴുത്തുകളും കണ്ടു.

പിൽക്കാലത്ത്
പലപേരിൽ
നൂറേക്കർ പതിച്ചുവാങ്ങിയ
ബിനാമിക്കുഞ്ഞിരാമൻ
കുന്നെല്ലാം അളന്നെടുത്തു

കുന്നിടിച്ചു കൊളുനികത്തി
പുറമ്പോക്കും വളച്ചുകെട്ടി
പാറാവും പാസുമായി
പുത്തനൊരു കളിതുടങ്ങി.

നാനാതരം കൂടാരങ്ങളിൽ
പലജാതി വിനോദങ്ങൾ
ജാലവിദ്യകൾ വിസ്മയങ്ങൾ
കുഴൽകുത്തി വലിച്ചൂറ്റിയ
ജലം-ക്രീഢാവിലോഭങ്ങൾ

അമ്യൂസ്മെന്റ് പാർക്കിലെ
ഉരുപ്പടികളിൽ
ആകർഷകമായ ഒരിനം
ആ വലിയ ജോക്കർ വേഷം
ഒരു പഴയ കുന്നാണ്
പേരുമറന്നുപോയത്

വലിയ വായിൽ ഇളിച്ചുകാട്ടുന്ന
അതിന്റെ മൂക്കിൻതുമ്പിൽ
ആളുകൾ അമ്പെയ്തു തറക്കുന്നു
അതിന്റെ മുതുകിൽ
കണ്ണുതട്ടാതിരിക്കാനെന്നോണം
അമേരിക്കൻ കൊടിപോലെ
എന്തോ കൊത്തിവെച്ചിരിക്കുന്നു.

●

(ജനയുഗം വാരാന്തപതിപ്പ് 2012)

ഇല്ലം

ഉറങ്ങാൻ കിടന്ന നേരം
അടുക്കളയിലെന്തോ
അനക്കം കേട്ട്
അവൾ പറഞ്ഞു:
- എലി കയറിക്കൂടിയിട്ടുണ്ട്.

- എങ്ങനെ, വാതിലുകളെല്ലാം
താഴിട്ടടച്ചതല്ലേ?

- എയർഹോളിലൂടെ
ഒരു തെങ്ങോല തലനീട്ടുന്നുണ്ട്;
എത്രപറഞ്ഞതാണു
വെട്ടിക്കളയാൻ.

ഇനിയൊന്നും ബാക്കിവെക്കില്ല.
ഉടുപ്പും ഉരുളക്കിഴങ്ങും ഒന്നും.
പരിപ്പുകഴുകിയുണങ്ങാനിട്ടതിൽ
മൂത്രം വീണാൽ പിന്നെ
എലിപ്പനി..!

ഞാനത്രക്കു കരുതിയില്ല.
- നിനക്കു ഭയമുണ്ടോ?
- വല്ലാതെ!
പുതപ്പിനുള്ളിൽ
ചേർന്നുകിടന്ന്
അവൾ വിറച്ചു.

എങ്കിൽ താമസമില്ല
ഇല്ലം ചുടുകതന്നെ.

●

(ജനയുഗം വാരാന്തപതിപ്പ് 2012)

അലക്ക്

അലക്ക് അഴുക്കിനോടുള്ള
മൽപിടുത്തമൊന്നുമല്ല.
അതൊരു കാവ്യാലങ്കാരമാണ്.

മറ്റൊന്നിൻധർമ്മയോഗത്താ-
ലതുതാനല്ലയോ ഇത്
എന്നു വർണ്ണ്യത്തിലാശങ്ക

അഥവാ
അവർണ്ണ്യത്തോടു
വർണ്ണ്യത്തിൻ
അഭേദം

അലക്കുന്തോറും അഴുകുന്ന
ഉടുപ്പുകളുടെ അർത്ഥാന്തരന്യാസം

ഒന്നിനേയും അലക്കി
ശുദ്ധിവരുത്തുക അസാധ്യം.

മുഷിഞ്ഞ വസ്ത്രങ്ങൾ
സോപ്പും കൊഴുപ്പും തേച്ചു
പതയ്ക്കുമ്പോൾ
അത് അഴുക്കൽ തന്നെയാണ്.
അലക്ക് ഒരു
ഗൂഢാലോചനയാണ്

ഇരയുടെ രക്തം പുരണ്ട
കൈലേസുകൾ
പാതകിയുടെ രേതസ്
പറ്റിപ്പിടിച്ച പാവാടകൾ

അലക്കിവെളുപ്പിക്കുന്നത്
കുറ്റകൃത്യമാണ്

സോപ്പു കൊടുത്ത്
അമ്മയെ സ്നേഹിക്കുന്ന മകൻ
കൊഴുപ്പിൽ മുക്കിപ്പിഴിഞ്ഞ്
ഉണക്കാനിട്ട്
ഭാര്യയെ സഹായിക്കുന്ന
ഭർത്താവ്

അലക്ക് വഞ്ചനയുടെ
വീടുപണിയാണ്

അലക്ക് ഒരു
സേവനമല്ല.
അത് വിശുദ്ധിയുടെ പര്യായവുമല്ല
പാരഡിയാണ്.
●

(2013)

രാമനും ലക്ഷ്മണനും

ലാളിത്യമെന്തെന്നത്
രാമൻ മുതലാളിയെ
കണ്ടുപഠിക്കണം

ലളിതമായ വേഷം
ലളിതമായ പെരുമാറ്റം
(ആഹാരവും ലളിതമത്രേ)
സാത്വികത മുറ്റിനിൽക്കുന്ന
മുഖഭാവം

ആറു കാറുകളുണ്ടെങ്കിലും
ഒന്നിലും കയറിപ്പോകുന്നത്
ഞങ്ങളാരും കണ്ടിട്ടില്ല.
കോടീശ്വരനെന്ന
ഭാവമേയില്ല.

ബിസിനസ് കാര്യങ്ങൾക്ക്
ആഴ്ചയിൽ രണ്ടുനാൾ
മുംബൈയിലും
രണ്ടുനാൾ ചെന്നൈയിലും
കഴിയുന്ന മുതലാളി
പോകുന്നതും വരുന്നതും
ആരുമറിയില്ല.

തന്റെ പ്രതാപം കാട്ടി
നാട്ടിൽ വിലസുന്ന പതിവേയില്ല.

ബംഗ്ലാവിലെത്തിയാൽ
ഒരു ബനിയനും
മുറിയൻ കാൽക്കുപ്പായവുമിട്ട്

ബാൽക്കണിയിലിരുന്ന്
ഫോൺ ചെയ്യുന്നതു കാണാം

കാലത്തും സന്ധ്യക്കും
പൂജാസമയത്ത്
അമ്പലത്തിലുണ്ടാകും

പ്രാർത്ഥിക്കുന്നെങ്കിൽ
മുതലാളിയെപ്പോലെ
പ്രാർത്ഥിക്കണം

കണ്ണടച്ചു തൊഴുതു
സ്രാഷ്ടാംഗം വീണു
നമസ്കരിക്കുന്നതു കണ്ടാൽ
ഏതു ദുഷ്ടൻ ദൈവത്തിന്റെയും
മനസ്സലിയും

സംഭാവന അമ്പലത്തിനു
മാത്രമല്ല പള്ളിക്കും
പാർട്ടിക്കാർക്കും
വാരിക്കോരി കൊടുക്കും

ഉത്സവവും സമ്മേളനവും
വേണമെങ്കിൽ
മുതലാളിതന്നെ സ്പോൺസർചെയ്യും

കടം ചോദിച്ച് എപ്പോൾ പോയാലും
എത്ര വേണമെങ്കിലും കൊടുക്കും
മുദ്രക്കടലാസിൽ
ഒപ്പിട്ടുകൊടുക്കണമെന്നുമാത്രം
തിരിച്ചുചോദിക്കുകയേയില്ല.

കാര്യസ്ഥൻ ലക്ഷ്മണനാകട്ടെ
ഇങ്ങനെയൊരു മുതലാളിയുടെ
അനിയനാണെന്ന്
ആരും പറയില്ല.
ഒരു അസുരജന്മം തന്നെ
ദുഷ്ടത്തരത്തിന്റെ ആൾരൂപം

ഏട്ടൻ കൊടുത്തപണം
തിരിച്ചുചോദിച്ച്
ആളുകളെ വല്ലാതെ ദ്രോഹിക്കും
പലിശ അടവു തെറ്റിച്ചാൽ
ഗുണ്ടകളെ വിട്ടുതല്ലിക്കും
വീട്ടിൽ നിന്നു കുടിയിറക്കും
കൊല്ലിക്കാനും മടിയില്ലാത്തവൻ.

എത്രകേസുകളങ്ങനെ
വന്നിരിക്കുന്നു.
പലതും മുക്കിയെങ്കിലും
കൊലക്കേസിൽ കുറേ
അകത്തു കിടന്നില്ലേ.

അതിന്റേയും തലവേദന
സഹിക്കേണ്ടിവന്നത്
മുതലാളിക്ക്
അനിയനെ ജാമ്യത്തിലെടുക്കാനും
കേസു നടത്താനും
എത്ര ലക്ഷങ്ങളാണ്
പൊന്നുപോലത്തെ
ആ മനുഷ്യൻ തുലച്ചത്!

●

(ജനയുഗം ഓണപതിപ്പ് 2014)

കാക്കളുടെ കാര്യം

എന്തോ പറഞ്ഞു പിണങ്ങി
ഭാര്യ മൂന്നുദിവസം മുമ്പ്
അവളുടെ വീട്ടിൽ പോയതാണ്

ഇന്ന് കോടതി അവധി.
രാവിലത്തെ പതിവുകൾ
ഒരുവിധം കഴിച്ചുകൂട്ടി
ഏറെക്കാലമായി മനസ്സിൽ
വരാത്ത കവിതയും ധ്യാനിച്ച്
ഞാൻ ജനലോരം ചേർന്ന്
മുറിയിൽ ഇരിക്കുകയാണ്.

ഇരുന്നുമുഷിഞ്ഞപ്പോൾ
ഒരു ബീഡി കത്തിച്ചു.
അതു വേഗം തന്നെ പുകഞ്ഞു തീർന്നു.
അപ്പോഴുണ്ട് വീടിനോടു
തൊട്ടുനിൽക്കുന്ന ബിലാത്തി
പ്ലാവിന്റെ ഒരു കൊമ്പിൽ
രണ്ടു കാക്കകൾ വന്നിരുന്ന്
എന്തൊക്കെയോ പറയുന്നു.

ഒരു കറുത്ത കാക്കയും
മറ്റേത് കറുപ്പല്പം കുറഞ്ഞ്
തവിട്ടുനിറത്തോടുകൂടിയതും.

കറുത്ത കാക്കയെ മുമ്പ് പലപ്പോഴും
കണ്ടു പരിചയമുണ്ട്.
മറ്റേത് പുതിയൊരാൾ.

പരിചയമുണ്ടായിട്ടും
കവിതയില്ലാത്തതിനാൽ
കാക്കകളുടെ ഭാഷ മനസ്സിലാവുന്നില്ല.
എങ്കിലും എന്നെ വിടാൻ

ഭാവമില്ലെന്ന മട്ടിൽ
പറഞ്ഞുകൊണ്ടിരിക്കുകയാണവ.

അതിനിടയിൽ അമ്മ അടുത്തുവന്നു
വാങ്ങാനുള്ള മരുന്നിന്റെ കുറിപ്പടികാണിച്ചു.

- കാക്ക വല്ലാതെ കരയുന്നല്ലോ.
നീ അവളെ ഒന്നുവിളിക്ക്
അമ്മ പറഞ്ഞു.

അപകടം വല്ലതുമുണ്ടോയെന്ന്
പെട്ടെന്നെനിക്ക് വല്ലാത്ത
ഒരു ആധി തുടങ്ങി.

ഉടൻ ഞാൻ ഭാര്യയെ
ഫോണിൽ വിളിക്കാൻ ശ്രമിച്ചു.

അവൾ മകളെയുമെടുത്തു
പോയതാണ്. കൂടാതെ
രണ്ടാമതൊന്ന് ഉദരത്തിലുമുണ്ട്.

ഡോക്ടർ വിശ്രമം ഉപദേശിച്ചിട്ടും
വാശിക്കുപുറപ്പെട്ടുപോയതാണ്.

ഫോൺ മുഴങ്ങുന്നുണ്ടെങ്കിലും
അവൾ എടുക്കുന്നില്ല.
പിണങ്ങിപ്പോയവളാണല്ലോ.

സമാധാനമില്ലാതെ
അങ്ങനെയിരിക്കുമ്പോഴുണ്ട്
ഭാര്യയും മകളും പടികടന്ന്
കയറിവരുന്നു.

കുഴപ്പമൊന്നും കാണുന്നില്ല.
രാഷ്ട്രീയ സാഹചര്യങ്ങൾ
മാറിയതായും തോന്നുന്നില്ല..

ഹൊ, ഈ കാക്കകളുടെ ഒരു കാര്യം!

●

(ഉപദ്ധ്വനി വാർഷികപതിപ്പ് 2013)

മീനും ഞാനും

മീനല്ല ഞാൻ
മീൻകാരനുമല്ല.

എങ്കിലുമറിയാമെനിക്കു പലതാം
മീൻപിടുത്ത വിദ്യകൾ
ഓർമ്മയിൽ കുട്ടിക്കാലം
മീനുകളൊത്താടിയ
ക്രീഡകൾ അനവധി.

വേനലിൽ പുഴമണലിൽ കളിച്ചു
വിയർത്ത് അരികിലെ നീരൊഴുക്കിൽ
പാഞ്ഞിറങ്ങവേ
വന്നുപൊതിയുന്ന പരൽമീനുകൾ

കാലിൽ കണ്ണിൽ കാതിൽ
കക്ഷത്തിൽ വടുക്കളിൽ
തൊട്ടുരുമ്മിയിക്കിളിയാക്കുന്നവ.

തൊടാനൊരുങ്ങവേ
പിടിതരാതവ വഴുതിമാറുന്നു.

ചിലപ്പോളവയെന്റെ നിട്ടലിലെ
മുറിവിൽ കൊത്തിനോവിക്കും
നൊന്തുപിടയും ഞാൻ
മുണ്ടഴിച്ചു വീശി വിരിക്കും
ചെറുകിളികളെന്റെ
പദ്ധതി യറിഞ്ഞു പറന്നെത്തും
അതിനിടയിലോ മീനുകളവ
കടന്നുകളയും

ചിലവ തുണിവലയിൽ തന്നെ
കിടന്നു മറിയും
പിടിച്ചുകരയിലിട്ടാലോ
തുള്ളിച്ചാടി കുസൃതികാട്ടും
ഞാനവയെ വെള്ളത്തിലേക്കു
തള്ളിയിട്ടു വീട്ടിലേക്കോടും.

കൊന്നിട്ടില്ല;
തിന്നിട്ടുണ്ട് മീനുകളെ
കറിയായും പൊരിയായും
ചോറിനും വീറിനുമുപദംശകമായി
എണ്ണിവാങ്ങിയ
ചന്തമീനുകളെ.

കണ്ടിട്ടുണ്ട് മീൻപിടിത്തം
യഥേഷ്ടം.
കാലവർഷത്തിൽ
പുഴ കവിഞ്ഞൊഴുകുമ്പോൾ
ചാഞ്ഞ കൊമ്പിൽ കൂനിയിരുന്നു.
ചൂണ്ടയിടുന്നവർക്കു കൂട്ടിരുന്നിട്ടുണ്ട്.
കണ്ടിട്ടുണ്ട് വള്ളങ്ങളിൽ
നിരത്തിക്കെട്ടിയ വാഴത്തണ്ടുകളിൽ
തുഴഞ്ഞുചെന്നു വലയെറിയുന്നത്.

ഇരുണ്ട രാത്രികളിൽ
നാലുസെല്ലിന്റെ ടോർച്ചും
വെട്ടുകത്തിയുമായി
വലിയ തോട്ടിലേക്കു
മീൻ കൊത്താൻ പോകുന്നവരെ.

അതുമല്ല ചതിയും
ക്രൗര്യവും മുറുക്കിക്കെട്ടി
കത്തിച്ചു തോട്ടയെറിയുന്നത്.

കലക്കവെള്ളത്തിൽ
നിലതെറ്റിയ മീനുകൾ
വലയിലോ വാക്കത്തിയിലോ
വെടിയിലോ കുടുങ്ങുന്നത്.
അന്ധതയിലും ചിലവ

പിടികൊടുക്കാതെ നീങ്ങുന്നത്.

കടലിലെ മീൻപിടിത്തമോ
കഥ വേറെ തന്നെ
തിരകളെ മുറിച്ചുനീങ്ങുന്ന വലിയ
യന്ത്രബോട്ടുകൾ, കടുത്ത വലകൾ
ചാകര കോരിയെടുക്കുന്ന തവികൾ.

കടലറിഞ്ഞതിനുശേഷം
കളിയായിട്ടുപോലും ഞാൻ
മീൻപിടിച്ചിട്ടില്ല.
മീൻപിടിത്തക്കാർക്കു
കൂട്ടുപോയിട്ടുമില്ല.
എന്നാലോ, പല നാൾ
മീനുകളോടൊപ്പം
നടുക്കടലോളം നീന്തിയിട്ടുണ്ട്.

ടൂറിസ്റ്റുകളൊഴിഞ്ഞ ബേക്കൽ കടലിൽ
നട്ടുച്ചക്കിറുക്കുമായി കുളിച്ചു തിമർക്കവേ
പാണ്ഡ്യൻ കല്ലുചുറ്റി
പവിഴപ്പുറ്റുകളുടെ ഇടുക്കുകളിൽ
മീനുകളോടൊപ്പം ഒളിച്ചുകളിച്ചിട്ടുണ്ട്.
പെരുമീനുകളുടെ വായിൽപെടാതെ
നീങ്ങുന്ന ചെറുമീനുകളോടൊപ്പം
പരക്കം പാഞ്ഞിട്ടുണ്ട്.

ബേക്കൽ തീരത്ത് അടുത്തിടെ വന്ന
വമ്പൻ സ്രാവുകളെ കണ്ടുവോ?
അവയുടെ വായിൽ ഏഴുകടലും
കണ്ടവരുണ്ടെന്നോ?
●

(ജനയുഗം ഓണപതിപ്പ് 2011)

ക്ഷീരപാനം
(എ. അയ്യപ്പന്)

നിനക്ക് ഓർമ്മയുണ്ടാകില്ല
എനിക്ക് മറക്കാനുമാകില്ല
നിന്റെ പിന്നാലെ നടന്ന
എന്റെ തരുണമാം കവിതക്കാലം

ആകാശ ശാഖികളിൽ
വെളുത്ത പക്ഷിച്ചിറകുകൾ നിരന്ന
ഒരൊക്ടോബർ മദ്ധ്യാഹ്നത്തിൽ
നിന്റെകൂടെയുണ്ടായിരുന്നു, ഞാൻ

ജനറൽ ആസ്പത്രിക്കുമുന്നിലെ
ബസ്സ്റ്റോപ്പിനടുത്ത് നീ
വെയിൽ നനഞ്ഞു നിന്നു.

അകലെയല്ലാതെ നിന്റെ
സൗഹൃദത്തിന്റെ ലവണഗന്ധം
ശ്വസിച്ച് ഞാനും ജയചന്ദ്രനും

തിരക്കിട്ട റോഡിലൂടെ
ആളുകളും വാഹനങ്ങളും
കടന്നുപോയ്ക്കൊണ്ടിരുന്നു

ആസ്പത്രി മതിലിന്റെ
കന്മതിൽ തൊട്ടുനിന്ന
നിന്റെ ധ്യാനരൂപം
കൺപാർത്തുകൊണ്ട്

അരികിലെ മരങ്ങളുടെയോ
കൊടിതോരണങ്ങളുടെയോ
ചിന്നിയ നിഴൽപാടിൽ

ഞങ്ങൾ രാഷ്ട്രീയം പറഞ്ഞു

ഇടയിലെപ്പോഴോ ഏതോ
കവിതയുടെ വിഷംതികട്ടിയ
നിന്റെ ആത്മഗതങ്ങൾ കേട്ടു:

ഏതോ ഡോക്ടറുടെ
കഥയില്ലാത്ത കുറിപ്പടികൾ

അങ്ങനെ നിൽക്കേ
ആസ്പത്രിയിലെ ഏതോ അന്തേവാസിയെ
സന്ദർശിച്ചിറങ്ങിയ ആശാൻ
നമ്മളെക്കണ്ട് അടുത്ത് വന്നു
''ഇയ്യാളെയും കൂടെകൂട്ടിയോ?''
എന്നെ ചൂണ്ടി ആശാൻ
നിന്നോടു ചോദിച്ചു

''ഇവൻ വലിയ നേതാവല്ലെ
ഞാൻ എന്നേ ഉപേക്ഷിച്ചു''
കീഴ്ചുണ്ടു പൊത്തിപ്പിടിച്ച്
ചിരിച്ച് നീ പ്രതിവചിച്ചു

'ഓഹോ'യെന്ന് ചിരിച്ച്
തലകുലുക്കി കൈവീശി
തിടുക്കത്തിൽ ആശാൻ
റോഡുമുറിച്ചുകടന്നുപോയി.

''നമുക്കും നടക്കാം''
ആരോഗ്യവാനായ നീ.
ക്ഷണത്തിൽ നടന്നുതുടങ്ങി
ഞങ്ങൾ അനുഗമിച്ചു.

ഫുട്പാത്തിലെ ഭിക്ഷാടകരും
ചെരുപ്പുകുത്തികളും ചില
കോളേജ് വിദ്യാർത്ഥികളും നിന്നെ
തിരിച്ചറിഞ്ഞഭിവാദ്യം ചെയ്തു.

സന്തോഷവാനായ നീ
പാളയം കടന്ന്

ഒരിട റോഡിലേക്കുതിരിഞ്ഞു
ബേക്കറി ജംഗ്ഷനിലെ
മുളന്തട്ടികൾ വലിച്ചുകെട്ടിയ
ആ ഓലഷെഡിലേക്ക്
വേഗത്തിൽ കയറിപ്പോയി.

പുറത്തുമടിച്ചുനിന്ന ഞങ്ങളെ
നീ തിരിച്ചുവന്നു വിളിച്ചു
''ഇതുപാൽ വിൽക്കുന്ന സ്ഥാപനമാണ്
കയറിയിരിക്കുക''

മദ്യപിക്കാത്ത യോഗ്യനായ നീ
ക്ഷണിക്കപ്പെട്ട
അതിഥികളായി ഞങ്ങൾ
നീ വിലനൽകി വരുത്തിയ

വെളുത്ത പാനീയം അന്ന്
ഞങ്ങൾക്ക് മാത്രമായി വിളമ്പി
അവിശ്വാസത്തിന്റെ അച്ചാറുതൊട്ട്
ഞങ്ങളതു നുണഞ്ഞു

നിനക്ക് ഓർമ്മയുണ്ടാകില്ല
വർഷങ്ങൾ പതിനെട്ടായെങ്കിലും
എനിക്കു മറക്കാനുമാവില്ല
●

('ധ്വനി' വാർഷികപതിപ്പ് 2012)

സംശയം

സംശയ ഭവനത്തിൽ
ഭാര്യയ്ക്ക് ഭർത്താവിനെ സംശയം
ഭർത്താവിന് ഭാര്യയെ സംശയം
സംശയം വെന്തുവെന്ത്
ചോറ് കഞ്ഞിയാവുന്നു.

സംശയപ്രണയത്തിൽ
അവന് അവളെ സംശയം
അവൾക്ക് അവനെ സംശയം
സംശയം ഡയറിയിലെഴുതി
ഒരാൾ വിഷം കുടിക്കുന്നു
മറ്റെയാൾ തൂങ്ങുന്നു

സംശയ സർക്കിളിൽ
പരാതിക്കാരന് പോലീസിനെ
പോലീസിന് കള്ളനെ
കള്ളന് താക്കോലിനെ സംശയം
സംശയം തലക്കുകയറി
കള്ളൻ പാതിരിയാവുന്നു.

സംശയക്കോടതിയിൽ
വാദിക്ക് വക്കീലിനെ
വക്കീലിന് ജഡ്ജിയെ
ജഡ്ജിക്ക് സാക്ഷികളെ
സാക്ഷിക്ക് തെളിവിനെ
അങ്ങനെയിങ്ങനെ സംശയം
സംശയത്തിന്റെ ആനുകൂല്യത്തിൽ
പ്രതിയെ വെറുതെ വിടുന്നു
ആനുകൂല്യത്തിന്റെ സംശയത്തിൽ
പ്രതിയെ തൂക്കിലിടുന്നു.

സംശയപ്പഞ്ചായത്തിൽ
വോട്ടർക്ക് മെമ്പറെ
മെമ്പർക്ക് പ്രസിഡന്റിനെ
പ്രസിഡന്റിന് സഭയെ
അങ്ങോട്ടുമിങ്ങോട്ടും സംശയം
സംശയംകൂടി യോഗം ചേർന്ന്
പഞ്ചായത്തുപിരിയുന്നു

സംശയഡിപ്പാർട്ടുമെന്റിൽ
മേലാപ്പീസർക്ക് കീഴാപ്പീസറെ
കീഴാപ്പീസർക്ക് ഉത്തരവിനെ സംശയം
സംശയം ഫയലിലെഴുതി
കപ്പാട്ടയിൽ കെട്ടിവെക്കുന്നു.

സംശയമുന്നണിയിൽ
തമ്മിലടിമൂത്ത്
മന്ത്രിസഭ പൊളിയുന്നു.

സംശയമഹാരാജ്യത്ത്
പ്രസിഡന്റിനു പ്രധാനമന്ത്രിയെ
അദ്ദേഹത്തിനു സെക്രട്ടറിയെ
സെക്രട്ടറിക്ക് ജോയിന്റിനെ
അവിടെയിവിടെ സംശയം
സംശയമന്വേഷിക്കാൻ
കമ്മീഷൻ വരുന്നു
കമ്മീഷൻ അന്വേഷിച്ച്
ഖജനാവ് കാലിയാക്കുന്നു.

സംശയലോകത്ത്
സംശയം മൂർച്ഛിച്ച്
യുദ്ധമാകുന്നു.
●

(2013)

അപ്പോത്തിക്കരി

മരുന്നു കഴിച്ച് കഴിച്ച്
വൈദ്യനായ
രോഗിയാണു ഞാൻ
കോടതികയറിക്കയറി
പ്രതിയായ വാദി.

പ്രസംഗിച്ചു പ്രസംഗിച്ച്
മദോന്മത്തനായ
മദ്യവിരുദ്ധൻ.

കീടനാശിനി കുടിച്ചു
കരുത്തനായ കീടം

ചെകുത്താന്റെ
രക്തദാന വളണ്ടിയർ

കാളരാത്രിയിലെ കാള
പുലരുവോളം കട്ട
പൂജാരി

കൊല്ലുന്ന രാജാവിന്റെ
തിന്നുന്ന ജഡ്ജി

കൊടികൾ മടക്കിക്കെട്ടി
ടൂറിനിറങ്ങിയ
പോളിറ്റ് ബ്യൂറോ
●

(വരാദ്യ മാധ്യമം 2014)

ഭൂമിയിലെ യുദ്ധങ്ങൾ

ഇറച്ചികൊണ്ടുവന്ന കവറിൽ
ഇന്നലത്തെ എല്ലും തോലും
പൊതിഞ്ഞുകെട്ടി
മതിലിനപ്പുറത്തേക്കു വലിച്ചെറിഞ്ഞ്
കുളിച്ചൊരുങ്ങിയിറങ്ങുമ്പോഴേക്കും
ആദ്യത്തെ വെടിപൊട്ടി.

ആകാശത്തുനിന്നും
ഏതോ പക്ഷിയുടെ പിടച്ചിൽ
യുദ്ധം ആകാശത്താണ്
ഇരകളുടെ ഭൂമിയിൽ
സമാധാനം മാത്രം
അവശിഷ്ടങ്ങളുടെ മാലിന്യങ്ങളുടെ
സമാധാന സഹവർത്തിത്വം

വെള്ളപ്രാവുകൾക്കു പകരം
സമാധാനത്തിന്റെ കാക്കകളും
കഴുകുകളും വട്ടമിട്ടുപറക്കുന്ന
നാടുകൾ നഗരങ്ങൾ
കടലുകൾ വനാന്തരങ്ങൾ

നദികളിൽ ഒഴുകിനീങ്ങുന്ന
പുറമ്പോക്കിൽ കുമിഞ്ഞുകൂടുന്ന
അറവുശാലകളുടെ ആസ്പത്രികളുടെ
അറുകൊല വ്യവസായങ്ങളുടെ
മാലിന്യ സമൃദ്ധി.

അതിർത്തികൾ കടന്ന്
വളർന്നു വികസിക്കുന്ന
മാലിന്യ സാമ്രാജ്യം

മാലിന്യക്കയറ്റുമതി
യിറക്കുമതി നയങ്ങൾ
രാജ്യാന്തര മാലിന്യ
നയതന്ത്രങ്ങൾ

മാലിന്യങ്ങൾ കയറ്റുമതി ചെയ്ത്
പ്രതിസന്ധി മറികടക്കുന്ന
ഭരണകൂടങ്ങൾ
മാലിന്യങ്ങൾ ഇറക്കുമതി ചെയ്ത്
കമ്മി മിച്ചമാക്കുന്ന ബജറ്റുകൾ

ഇംഗ്ലണ്ടിന്റെ ആരോഗ്യത്തിനായി
മാലിന്യങ്ങളുടെ കാളകൂടം വിഴുങ്ങുന്ന
ഐറിഷ് വയലേലകൾ
ആണവ വിഷം നിധിയാക്കി
ഗർഭത്തിൽ സൂക്ഷിക്കുന്ന
മെഡിറ്ററേനിയൻ കടൽത്തീരങ്ങൾ

മാലിന്യക്കൂമ്പാരങ്ങൾക്കടിയിൽ
ഞെരിഞ്ഞമർന്ന്
വംശനാശമടയുന്ന
ആസ്ത്രേലിയൻ ആദിവാസികൾ

ശ്മശാനമായ സോമാലിയ
കിർഗിസ്ഥാനിലെ മൈലുലു
ലൈബീരിയൻ തടാകതീരങ്ങൾ
ബാർബിലോണിയൻ
മാലിന്യക്കപ്പലുകൾ കാത്തുനിൽക്കുന്ന
ഇന്ത്യൻ തൂത്തുക്കുടി

പിൻവാതിലിലൂടെ മതിലിനപ്പുറത്തേക്ക്
വലിച്ചെറിഞ്ഞതിനെക്കാൾ മാരകമായവയെ
മുൻവാതിലിലൂടെ സ്വീകരിച്ചാനയിക്കുന്ന
മാലിന്യ രാഷ്ട്രതന്ത്രം.
ഭൂമിയിലെ സന്മനസ്സുള്ളവർക്കായി
വിഷമാലിന്യങ്ങളെ സോപ്പും
സുഗന്ധലേപനങ്ങളും
മരുന്നുമാക്കി ഒരുക്കിവെക്കുന്ന
മറിമായങ്ങളുടെ സമാധാനം.

●

(ഉത്തരദേശം വാരാന്ത്യപതിപ്പ് 2014)

ഉദ്ഗമനം

കുഴൽ കിണറുകളിൽ
കുട്ടികൾ വീണുകുടുങ്ങിയതിന്റെയും
സാധാരണ കിണറുകൾ താനേ ഇടിഞ്ഞുതാണ്
അപ്രത്യക്ഷമായതിന്റെയും വാർത്തകൾ
പത്ര-മാധ്യമങ്ങളിൽ നിന്നും
ഒഴിവായ സന്ദർഭത്തിലാണ്
നഗരത്തിൽ ആളുകൾ പെട്ടെന്ന്
വീർത്ത് ആകാശത്തേക്ക്
പൊങ്ങിയ സംഭവങ്ങളുണ്ടായത്.

നഗരത്തിൽ പുതുതായി ആരംഭിച്ച
ഷോപ്പിംഗ് മാളിലായിരുന്നു
ആദ്യമത് അരങ്ങേറിയത്.
പുതുപുത്തൻ സാധനസാമഗ്രികൾ
കാണാനും വാങ്ങാനുമായി
എത്തിച്ചേർന്ന ആളുകൾ
നോക്കിയിരിക്കേ, അവരിലൊരാൾ
പെട്ടെന്ന് ബലൂൺപോലെ വീർത്ത്
ഉയർന്നുപൊങ്ങുകയായിരുന്നു.

മാളിലെ വ്യാപാര ശ്രദ്ധക്കായുള്ള
ഏതോ പരസ്യപരിപാടിയുടെ
ഭാഗമെന്ന നിലയിലാണ്
ആളുകൾ ആദ്യമതിനെ കണ്ടത്.

എന്നാൽ അയാളുടെ കൂടെ
വന്നിരുന്ന ഭാര്യയും മകളും
നിലവിളിച്ചപ്പോഴാണ്
സംഗതിയുടെ ഗൗരവം മനസ്സിലായത്.

ഭാരം നഷ്ടപ്പെട്ട് ഉയർന്നുപൊങ്ങിയ
കഥാപുരുഷൻ മാളിന്റെ
ഫൈബർ മേൽക്കൂരയ്ക്കു കീഴെ
പറ്റിത്തടഞ്ഞു കിടക്കുകയായിരുന്നു
വികൃതമായ ഒരു ശബ്ദത്തിൽ
നിലവിളിക്കുകയോ പുലമ്പുകയോ
ചെയ്യുന്നുണ്ടായിരുന്നുവെങ്കിലും
അയാളുടെ വാക്കുകൾ വ്യക്തമായിരുന്നില്ല.

തികച്ചും അസാധാരണമായ ഒന്ന്
സംഭവിച്ചതിന്റെ ഞെട്ടലിൽ
ആളുകൾ അല്പനേരം അന്തംവിട്ടുനിന്നു.
അതിനിടയിലും ചിലർ,
മൂപ്പർക്ക് എന്താണു കുഴപ്പം,
പഞ്ചസാരയുടെയോ മറ്റോ
അസുഖമായിരുന്നോ
എന്നൊക്കെ വളരെ ആകാംക്ഷയോടെ
അയാളുടെ ഭാര്യയോട്
ചോദിക്കുന്നുണ്ടായിരുന്നു.
അത്തരം അസുഖങ്ങൾ ബാധിച്ച്
ഭാരക്കുറവും ക്ഷീണവും വന്ന്
ഔഷധങ്ങളുമായി കഴിയുന്നവരായിരുന്നു
ചോദ്യകർത്താക്കളെന്നു വ്യക്തം

എന്നാൽ അയാൾക്ക് അത്തരം
ആരോഗ്യ പ്രശ്നങ്ങളൊന്നും
ഉണ്ടായിരുന്നില്ല
എന്നത്തേയും പോലെ ഉറക്കമുണർന്ന്
പ്രഭാത കൃത്യങ്ങൾ നിർവ്വഹിച്ച്
ഉടുത്തൊരുങ്ങി
പുറപ്പെട്ടതായിരുന്നു അയാൾ

ചർച്ചകളും ആലോചനകളും ഇങ്ങനെ
തുടരുമ്പോഴും മാളിൽ പ്രദർശനത്തിനു
വച്ചിരുന്ന ഹൈഡ്രജൻ നിറച്ച
വിവിധയിനം ബലൂൺ രൂപങ്ങളിൽ
ഒന്നെന്നപോലെ പൊങ്ങി
നിൽക്കുകയായിരുന്നു അയാൾ

അതിനിടയിൽ പ്രയോഗികബുദ്ധിയുള്ള
ഒരാൾ നിർദ്ദേശിച്ചതനുസരിച്ച്
മാളിലെ ജോലിക്കാർ ഏണിയുമായി
കയറിച്ചെന്ന് അയാളുടെ അരയിൽ
ഒരു നീണ്ട കയർ ബന്ധിച്ച്
അറ്റം ഭാര്യയുടെ കയ്യിൽ ഏല്പിച്ചു.

അവർ ഭർത്താവിനെ ഒരു
വിചിത്രമായ പട്ടമെന്ന പോലെ
വലിച്ചു പറത്തിക്കൊണ്ട്
വീട്ടിലേക്കു പോവുകയായിരുന്നു

ഈ സംഭവം കഴിഞ്ഞ് മൂന്നാം ദിവസം
നേതാജി പാർക്കിലും
ഇതാവർത്തിക്കുകയുണ്ടായി

പാർക്കിലെ വലിയ ടി.വി.സ്ക്രീനിൽ
ചൊവ്വയിലേക്കുള്ള മംഗൾയാൻ
ദൗത്യത്തെക്കുറിച്ചുള്ള ഏതോ
ചാനൽ പരിപാടി നടക്കുകയായിരുന്നു.

അവിടെയൊരു ബെഞ്ചിൽ
പോപ്പ്കോൺ ചവച്ചുകൊണ്ടിരുന്ന
ഒരാളുടെ ശരീരം പെട്ടെന്ന്
വീർത്തു വലുതാവുകയും അയാൾ
ഉയർന്നു പൊങ്ങുകയും ചെയ്തു

തൊട്ടടുത്തിരുന്ന രണ്ടുപേർ
ഓടിയടുത്ത് അയാളെ പിടികൂടി
ഭൂമിയിൽ നിർത്താൻ ശ്രമിച്ചു
പക്ഷെ അത് തങ്ങളെയും വഹിച്ചു
പൊങ്ങുമെന്നായപ്പോൾ അവർ
പിടിവിട്ട് രക്ഷപ്പെടുകയായിരുന്നു.

ഉയർന്നുപൊങ്ങിയ അയാൾ
ഒരു വലിയ മരത്തിന്റെ
ശാഖയിൽ കുടുങ്ങി കിടന്നു
ഫയർ ഫോഴ്സുകാർ വന്ന്
അയാളെ നീളമുള്ള ഒരു കയറിൽ

ബന്ധിച്ച് ബന്ധുകളെ
ഏൽപിക്കുകയാണുണ്ടായത്

തുടർന്നുള്ള ദിവസങ്ങളിൽ
നഗരത്തിന്റെ വിവിധ ഭാഗങ്ങളിൽ
ഇത്തരത്തിലുള്ള ധാരാളം
സംഭവങ്ങൾ റിപ്പോർട്ടുചെയ്യപ്പെട്ടു

ഇതേ സമയത്തുതന്നെ
രാജ്യത്താകെയും ഇത്തരം സംഭവങ്ങൾ
നടക്കുന്നതായി വാർത്തകൾ
വന്നു തുടങ്ങി

പുതിയ സർക്കാർ
അധികാരമേറ്റതിനുശേഷമുള്ള
പ്രത്യേകമായ
ദേശീയ സാഹചര്യമാണിതെന്നും
അൽഭുതങ്ങൾ കാണിച്ചുകൊണ്ട്
ജനങ്ങളെ അവരറിയാതെതന്നെ
ഉയർത്തികൊണ്ടുവരാൻ
സിദ്ധിയുള്ള ഒരു നേതാവാണു
നയിക്കുന്നതെന്നും ഇതെല്ലാം
പ്രതീകാത്മകമാണെന്നും
ദേശീയ മാധ്യമങ്ങൾ
റിപ്പോർട്ടുചെയ്യുകയുണ്ടായി

രാജ്യത്തിന്റെ വികസനവുമായും
ഓഹരി വിപണിയിലെ കുതിപ്പുമായും
ബന്ധമുള്ള ഈ പ്രവണത സംബന്ധിച്ച്
ഒരാശങ്കയും ആർക്കും വേണ്ടായെന്നും
സർക്കാർ എല്ലാം നോക്കികാണുന്നുണ്ടെന്നും
എന്തു പ്രശ്നവും ഉടൻ പരിഹരിക്കുമെന്നും
വ്യക്തമാക്കപ്പെടുകയുണ്ടായി.

സ്ഥിതി സാധാരണ നില
കൈവരിച്ചുവെങ്കിലും
വികസനം ആർക്കും
സംഭവിച്ചേക്കാമെന്ന ആശങ്കയുള്ളതു
കൊണ്ട് അരയിൽ നീളമുള്ള

കയർ ബന്ധിച്ചു കൊണ്ടാണ്
പൗരജനങ്ങൾ പുറത്തിറങ്ങുന്നത്

ദേശീയമായ വികസനത്തിന്റെയും
അഭിമാനത്തിന്റെയും പ്രശ്നമായതുകൊണ്ട്
രാഷ്ട്രീയ പാർട്ടികളുടേയും മത
സംഘടനകളുടേയും ഘോഷയാത്ര
കളിൽ ഈ വീർത്തു പൊങ്ങിയ
അത്ഭുത മനുഷ്യർക്ക് വലിയ
പ്രാമുഖ്യം ലഭിക്കുന്നുണ്ട്
വളരെ വർണ്ണ ശബളമായ
വേഷങ്ങളോടെയും വാദ്യമേളങ്ങളുടെ
അകമ്പടിയോടെയുമാണ്
ഇവരെ കൊണ്ടാടുന്നത്.

ഏതോ സിനിമയിലെ കഥാപാത്രത്തെ
ഓർമ്മിച്ചുകൊണ്ട് 'ഉദ്ഗമനന്മാർ'
എന്നാണ് ഇവരെ വിശേഷിപ്പിക്കുന്നത്

ഏറ്റവും അധികം ഉദ്ഗമനന്മാരെ
പറത്തുന്ന കാര്യത്തിൽ
സംഘടനകൾ തമ്മിൽ
മത്സരം തന്നെ നടക്കുന്നുണ്ട്
ജാതി മത രാഷ്ട്രീയ ഭേദമന്യേ
നഗരത്തിലെ മുഴുവൻ
ഉദ്ഗമനന്മാരെയും ആദരിക്കാൻ
നഗരസഭ തീരുമാനിച്ചിട്ടുണ്ട്

അപ്പോഴേക്കും അതിനുമാത്രം ആകാശം
നഗരപരിധിയിൽ ഒഴിവുണ്ടാകുമോ
എന്നതാണ് ആശങ്കപ്പെടുത്തുന്നത്.
●

(2014)

അറം

ഓടികൊണ്ടിരുന്ന
ബസ്സിലിരിക്കേയാണ് എന്റെ
കാഴ്ച മറഞ്ഞു പോയത്

ഞാനൊരു ദീർഘയാത്രയിലായിരുന്നു
മുതിർന്നവർക്കായി സംവരണം ചെയ്യപ്പെട്ട
സീറ്റിനു പിറകിലായിരുന്നു
ഞാൻ ഇരുന്നത്.

അത് അന്ധനുള്ള സീറ്റാണെന്ന്
തൊട്ടടുത്തിരുന്നയാൾ സൂചിപ്പിച്ചിരുന്നു
പക്ഷെ ബസ്സിൽ ആ സീറ്റു മാത്രമേ
ഒഴിവുണ്ടായിരുന്നുള്ളു

ഇരുന്നു യാത്രചെയ്യാനുള്ള വ്യഗ്രതയിൽ
മറ്റൊന്നുമാലോചിക്കാതെ ഞാൻ
അതിൽ കയറിപ്പറ്റുകയായിരുന്നു

കണ്ടക്ടർ വന്നു പോയിരുന്നു
ടിക്കറ്റുമുറിച്ച് എനിക്ക്
ബാക്കികിട്ടാനുണ്ടായിരുന്നു
പുറത്ത് തെളിഞ്ഞ പകൽവെളിച്ചമുണ്ടായിരുന്നു

ഞാൻ റോഡരികിലെ കാഴ്ചകൾ കണ്ടുകൊണ്ടിരുന്നു
മരങ്ങളും കെട്ടിടങ്ങളും അവയുടെ നിഴലുകളും
പിന്നാക്കം നീങ്ങുന്നുണ്ടായിരുന്നു
വാഹനങ്ങളും മനുഷ്യരും
തലങ്ങും വിലങ്ങും
മത്സരിച്ച് പായുന്നുണ്ടായിരുന്നു.
അപകടങ്ങളും ട്രാഫിക്ക് ബ്ലോക്കുകളും

അവിടവിടെ കാത്തു നില്പുണ്ടായിരുന്നു
കാഴ്ചയുടെ സമൃദ്ധിതന്നെ യായിരുന്നു
അന്ധനുള്ള സീറ്റായിരുന്നു അതെന്ന്
തോന്നുകയേയില്ലായിരുന്നു

പെട്ടെന്നാണ് എന്റെ കാഴ്ച മറഞ്ഞു പോയത്
എങ്ങും ഇരുട്ട് വ്യാപിച്ചു
ശരിക്കും അന്ധതയാണു വന്നുപ്പെട്ടത്
സഹയാത്രികന്റെ
വാക്കുകൾ അറം പറ്റുകയായിരുന്നു
●

(കലാപൂർണ മാസിക 2014)

കൊടികൾ

ഉത്സവ കാലത്തെ
സംഘർഷമൊഴിവാക്കാൻ
വഴിയോരങ്ങളിൽ നിന്നും
കൊടികളും ബാനറുകളും
നീക്കം ചെയ്യാൻ
പഞ്ചായത്താഫീസിൽ ചേർന്ന
സർവ്വകക്ഷി യോഗം തീരുമാനിച്ചു

അങ്ങനെ കവലകളിലും
മൈതാനങ്ങളിലുമൊക്കെ
പാറിക്കളിച്ച രാഷ്ട്രീയത്തിന്റെ
വർണ്ണക്കൊടികളൊക്കെ
യുദ്ധകാലാടിസ്ഥാനത്തിൽ
പോലീസ് നീക്കം ചെയ്തു

ആദ്യം ചുവപ്പ് പിന്നെ പച്ച
നീല, മഞ്ഞ, മൂവർണ്ണം....
എല്ലാം ട്രക്കുകളിൽ
ഖരമാലിന്യ സംസ്കരണ
ശാലയിലേക്കു നീക്കം ചെയ്തു

തെരുവുകളിൽ പ്രകടങ്ങളും
പൊതു യോഗങ്ങളും
മുമ്പേ കോടതിയിടപ്പെട്ട്
നിരോധിച്ചിരുന്നു
സംഘർഷങ്ങൾ ഒഴിവായ
വഴിയോരങ്ങളിൽ
ജാതി മത വാണിഭക്കൊടികൾ
തഴച്ചു വളർന്നു നിന്നു
●

(2013)

വിജനം

വടക്കു നിന്നെറിഞ്ഞ മഴു
മരം വെട്ടിയുടെ കഥയിലെ
സ്വർണ്ണമെന്നു കരുതിയ
ജന സമുദ്രം
അതിനു പിറകേ
അലയടിച്ചു പാഞ്ഞു

കടൽ ചൊരുക്കിൽ
അപരനെ തള്ളിയൊതുക്കിയും
ഇടം കോലിട്ടു വീഴ്ത്തിയും
മതിക്കെട്ട സ്ത്രീപുരുഷന്മാർ
സ്വർണ്ണത്തിനായി
പൊരുതിക്കയറി

അന്തിത്തിളക്കത്തിലെ സ്വർണ്ണം
പക്ഷെ, ഒരു
കടന്നൽക്കൂടായിരുന്നു.
തേനും ചോരയും തേടിയിറങ്ങിയ
കൊമ്പൻ ഈച്ചകളുടെ കൂടാരം

കന്യാമുനമ്പിൽ പറന്നിറങ്ങിയ
ഈച്ച ത്തമ്പുരാക്കൾ
പൂവുടലുകളും
കാരുടലുകളും
ഊമ്പിക്കുടിച്ച് ശൂന്യമാക്കി

കലമ്പിച്ചതഞ്ഞ ചങ്കും
കുരലും ലിംഗങ്ങളുമായി
ജനസമുദ്രം പിൻവാങ്ങിയ
വിജനതയിൽ
ആഗോള ഗ്രാമീണ
നിലാവു പരന്നു

●

(ചന്ദ്രിക ആഴ്ചപ്പതിപ്പ് 2015)

തിരിച്ചു നടത്തം

മുന്നോട്ടുനേരെ നോക്കിത്തന്നെയാണു
നടന്നിരുന്നത്
വഴിയിൽ തിരക്കുണ്ടായിരുന്നത് കൊണ്ട്
അങ്ങനെയല്ലാതെ പറ്റില്ല

ആളുകളെ വകഞ്ഞു മാറ്റി പോകണം
കറണ്ട് ഫോൺ തൂണുകൾ
പരസ്യപ്പലകകൾ മുട്ടാതെ
കമ്പിവേലിയിൽ കുപ്പായം കുരുങ്ങാതെ
ഗട്ടറിൽ വീഴാതെ പോകണമെങ്കിൽ
നേരെ നോക്കാതെ പറ്റില്ല

എന്തോ ഒച്ച കേട്ടാണു
തിരിഞ്ഞു നോക്കിയത്
പ്രത്യേകിച്ചൊന്നു ശ്രദ്ധയിൽ പെട്ടില്ല
പക്ഷെ തിരിഞ്ഞ തല
പൂർവ്വസ്ഥിതിയിലാക്കാൻ കഴിഞ്ഞില്ല
കഴുത്തു നേരെ തിരിഞ്ഞു പോയി.

കാലുകൾകൊണ്ടു മുന്നോട്ടും പിന്നോട്ടും
നടക്കാൻ ശീലിച്ചിട്ടുണ്ട്
പക്ഷെ കണ്ണുതെറ്റിയാൽ വീഴും
കഴുത്തവിടെ കുടുങ്ങിയിരിക്കുന്നു
അനക്കാനാവുന്നില്ല എങ്ങോട്ടും

വീഴാതിരിക്കാൻ
കണ്ണുള്ള ഭാഗത്തേക്കു നടക്കുന്നു

ഇതു തിരിച്ചു നടത്തമല്ല
എത്തുന്നത് എവിടെയായാലും

●

(2013)

സെൽഫി

ഗാസയുടെ ചുവരിൽ
ഏറെ ഫോട്ടോകൾ കണ്ടു
വെറിപൂണ്ട ഇസ്രയേൽ ചെയ്ത
കൊടുമകളുടെ ശേഷിപ്പുകൾ
ഒറ്റ ഫ്രെയിമിലൊതുങ്ങാത്ത
ഘോര പാതക ദൃശ്യങ്ങൾ

ഫാറ ബേക്കർ എന്ന പെൺകുട്ടി
അങ്ങനെയുള്ള പലർ
പകർത്തി പോസ്റ്റ് ചെയ്തവ

ആളുന്ന തീജ്വാലകളുടെ ചുവപ്പിൽ
ചുടലകൾ പോലെ തിളങ്ങുന്ന
നഗരങ്ങൾ, ജനപഥങ്ങൾ

കത്തിയമർന്ന സ്ക്കൂളുകൾ
ആസ്പത്രികൾ, കെയർ ഹോമുകൾ,
അഭയാർത്ഥി ക്യാമ്പുകൾ...

കരിയും ചാരവും മൂടിയ
അവശിഷ്ടങ്ങൾ

തകർന്ന കെട്ടിടങ്ങൾക്കിടയിൽ
ചകിതരായി ശേഷിച്ച മനുഷ്യർ

മരിച്ച വീടുകൾ
വെള്ള പുതപ്പിച്ച് കിടത്തിയ
മൃത ദേഹങ്ങളുടെ നിരകൾ
അടക്കം ചെയ്യാനൊരുക്കിയ കുഴികൾ

മുറിവേറ്റ് മരണാസന്നരായവർ
അംഗഭംഗം വന്നവർ
ചിതറിയ മാംസത്തുണ്ടുകൾ

കുഞ്ഞിന്റെ ശിരസ്സറ്റ
ശരീര ഭാഗങ്ങളുമായി
വാവിട്ടുകരയുന്ന അമ്മ

കുഞ്ഞുങ്ങൾ ഹോ! കുഞ്ഞുങ്ങൾ
അറുംകൊലചെയ്യപ്പെട്ട
നൂറുകണക്കിനു കുഞ്ഞുങ്ങൾ-

വെന്തു കരിഞ്ഞുപോയ
കുഞ്ഞു സെഫാദി
രണ്ടു വയസ്സുകാരൻ മുഹമ്മദ് മലാക്ക
അഞ്ചു വയസ്സുകാരൻ അബു ഗസൽ.....

നിറഞ്ഞു കവിയുന്ന മോർച്ചറി

രക്ഷയില്ലാതെ പലായനം
ചെയ്യുന്ന കുടുംബങ്ങൾ...

മെക്സിക്കോയിലെ ഇസ്രായേൽ
എംബസിക്കു മുമ്പിൽ
ഇരു കൈകളുമുയർത്തി
പ്രതിഷേധിക്കുന്ന സ്ത്രീ
ചിലിയിലെ സാന്തിയാഗോയിൽ
നടന്ന പ്രതിഷേധ പ്രകടനം

കൂട്ടത്തിൽ,
ഗാസാ മുനമ്പിൽ നിന്നുകൊണ്ട്
കമ്പി വേലിക്കപ്പുറത്തേക്ക്
കല്ലെറിയുന്ന
എഡ്വേഡ് സെയ്തിന്റെ
ആ ഫോട്ടോയും

നിറഞ്ഞുകവിഞ്ഞ ചുവരിലേക്ക്
ഒരു ഫോട്ടോകൂടി
ഇവിടെ പോസ്റ്റ് ചെയ്യുന്നു

എഡ്വേഡ് സെയ്ത് കല്ലെറിഞ്ഞ
അതേ ദിശയിലേക്ക്
ആഞ്ഞു നിന്ന്
മറ്റൊരു കല്ലെടുത്തെറിയുന്നതിന്റെ
സെൽഫി
●

(2014)

ഉയരം

ഏറ്റവും ഉയരത്തിൽ നിന്നാണ്
അതു വീണത്

നഗരത്തിന്റെ പ്രധാന ഭാഗത്ത്
നഗരമെന്നാൽ കേരളക്കരയാകെ
വ്യാപിച്ച ഒരൊറ്റ നഗരമായ
നഗരത്തിന്റെ
ഏറ്റവും തിരക്കേറിയ ഭാഗത്തുള്ള
അംബരചുംബിയായ
ആ കെട്ടിടത്തിന്റെ മുകളിൽ നിന്നും
അതായത് അംബരചുംബിയെന്നു
പറയുമ്പോൾ ആകാശത്ത്
അധികം സ്ഥലം ബാക്കിവെക്കാതെ
ഉയർന്നുനിൽക്കുന്ന അനേകമായ
കെട്ടിട സമുച്ചയങ്ങളിലെ
ഏറ്റവും ഉയരമുള്ള ഒന്നിന്റെ
ഉച്ചിയിൽ നിന്നാണ് അതുവീണത്.

അത്തരമൊരു ആകാശബിന്ദുവിൽ
നിന്നും എടുത്തെറിയപ്പെട്ട
ഒരു തീക്കൊള്ളിപോലെ
അതുവീണു.
രാത്രിയിലായിരുന്നുവെങ്കിൽ
അതൊരു വാൽനക്ഷത്രമെന്നു
തോന്നിപ്പിക്കുമായിരുന്നു
പക്ഷെ പകൽവെളിച്ചമായിരുന്നു.
നിശ്ചയമായും
അതൊരു ആൾരൂപമായിരുന്നു.

ആത്മഹത്യയോ കൊല-
പാതകമോയെന്നു
സംശയിക്കത്തക്കതായിരുന്നു.

പ്രണയം തകർന്ന യുവാവോ
വായ്പയിൽ കുടുങ്ങിയ കർഷകനോ
ക്വട്ടേഷൻ ഇനമോയെന്നൊക്കെ
അലസ ചിന്തയിൽ തീർപ്പാക്കാമായിരുന്നു

നല്ലൊരു ദൃശ്യ വിരുന്നായതിനാൽ
തൊട്ടടുത്ത കെട്ടിടങ്ങളിൽനിന്നും
ആളുകൾ അതിനെ മൊബൈലിൽ
പകർത്തുന്നുണ്ടായിരുന്നു

ഉയരത്തിൽനിന്നും വീണ അത്
താഴെപതിക്കുന്നതിനുമുമ്പ്
ചിലതെല്ലാം സംഭവിക്കുകയായിരുന്നു

ഏതോ സ്തൂപത്തിന്റെ വക്കിൽ
തട്ടിയെന്നോണം അതുപലതായി
ഛിന്നിച്ചിതറുന്നതായി കാണപ്പെട്ടുവത്രേ.

ഓടിക്കൂടിയ പുരുഷാരത്തിന്
തിരിച്ചറിയാനാവാത്ത തുണ്ടുകളാണു
കാണാനായതത്രേ

ആർക്കുമൊന്നും മനസ്സിലാക്കാനാവാത്ത
സ്ഥിതിയായിരുന്നത്രേ.

പത്രമാധ്യമങ്ങളിലതിനെച്ചൊല്ലി
പല കഥകളും വന്നുവല്ലോ.
അതിനുമാത്രം ഭാവന ഇപ്പോഴും
സാധ്യമാകുന്നതു നല്ലതുതന്നെ
പക്ഷെ അതൊന്നും യഥാർത്ഥമായിരുന്നില്ല

സത്യമെന്ന നിലയിൽ ഒരു സംഗതി
ഇപ്പോൾ ഞാൻ പറയാം
ആ വാൽനക്ഷത്രം ഞാനായിരുന്നു

ഉയരവുമായി ഒരു മൽപിടുത്തം
നടത്തുകയായിരുന്നു ഞാൻ.

നിങ്ങളീ കാണുകയും അതിശയി
ക്കുകയും വെറുക്കുകയും ചെയ്യുന്ന
ഉത്തുംഗങ്ങളായ കെട്ടിടങ്ങളൊക്കെ
കെട്ടി ഉയർത്തിയത് ഞാനാണ്.

ഒറ്റക്കായിരുന്നോ എന്റെ സ്വന്തം
മുതലുകൊണ്ടായിരുന്നോ എന്നൊന്നും
ചോദിക്കേണ്ടാ.

അതിന്നായി ഞാൻ കൂട്ടേണ്ടവരെ
യൊക്കെ കൂട്ടി തരാതരംപോലെ
കമ്പനികളും കോർപ്പറേഷനുകളും
ട്രസ്റ്റുകളും ഫണ്ടുകളും തട്ടിക്കൂട്ടി
മതവും ജാതിയും രാഷ്ട്രീയവും
സംസ്കാരവും ഇടപാടാക്കി

ജന്മമായും പാട്ടമായും
മറുപാട്ടമായും ഒറ്റിയായും
ബിനാമികളുടെയും
സുനാമികളുടെയും പേരിൽ
മലനാടും ഇടനാടും
തീരപ്രദേശവും സ്വന്തമാക്കി

കാടരേയും വേടരേയും മുക്കുവരേയും
കർഷക കൂട്ടങ്ങളെയും കുടിയിറക്കി
കാടായ കാടൊക്കെ വെട്ടിവെളുപ്പിച്ചു
സഹ്യപർവ്വതനിരയാകെ
ഇടിച്ചു നിരത്തി
കല്ലായും ജല്ലിയായും
മണ്ണായും മണലായും
കോരിയെടുത്തു കടത്തി

പുഴയെന്നും കായലെന്നും
വയലെന്നുമൊക്കെ പേരുള്ള
കുഴികളായ കുഴികളൊക്കെ
നികത്തി നിരപ്പാക്കി.

വികസനത്തിന്റേയും
വിപ്ലവത്തിന്റേയും
ജനക്ഷേമത്തിന്റേയും
മോക്ഷത്തിന്റേയും വകയിൽ
വെട്ടിപ്പിടിച്ചു കെട്ടി ഉയർത്തി:

ആനമുടിയേക്കാൾ
എവറെസ്റ്റു കൊടുമുടിയേക്കാൾ
ഉയരമുള്ള കെട്ടിടങ്ങൾ

എണ്ണായിരത്തിയെണ്ണൂറ്റി
നാല്പത്തിയൊമ്പതടി ഉയരമുള്ള
ആ കെട്ടിടത്തിന്റെ ഉച്ചിയിൽ
എന്റെ കൊടിപറത്താൻ
കയറിയതായിരുന്നു ഞാൻ

ആസൂയാലുക്കളായ നിങ്ങളിൽ
പലരും ആഗ്രഹിച്ചതുപോലെ
എന്റെ കാലൊന്നു വഴുതി
ഞാൻ വീണു

വീണുവെന്നുപറയുമ്പോൾ
താഴേക്കുവീണുവെന്ന്
നിങ്ങൾ ധരിച്ചുവശാകുന്നു

അങ്ങനെയൊരു വീഴ്ച
അതിനുമുമ്പേ തന്നെ
ഭാവനയിൽ
കാണാൻ കഴിവുള്ള ഞാൻ

അതിനു വഴിവെക്കുമെന്നു
കരുതുന്നുവോ?

എങ്കിൽ ബാക്കി സത്യംകൂടി
ഞാൻ പറയാം
ഉയരത്തിൽ നിന്നൊരാൾ
വീഴുന്നത് നിങ്ങൾ കണ്ടതു
ശരിയാണ്.

എന്നാലതു നിങ്ങൾ
ആഗ്രഹിച്ചതുപോലെയായിരുന്നില്ല

വീണതു ഞാനല്ല.
അതെന്റെ അപരനായിരുന്നു.
പച്ചയായി പറഞ്ഞാൽ എന്റെ ഡെമ്മി.

കണ്ടാലും കൊണ്ടാലും
മീശയിലും ഭാഷയിലും
എന്നെപ്പോലെ തോന്നിപ്പിക്കുന്ന
ഞാൻ പടച്ചുവിട്ട ജീവനുള്ള
ആയിരക്കണക്കായ ഡെമ്മികളിലൊന്ന്
പലരും നിങ്ങളുടെ സുഹൃത്തുക്കളായി
കൂടെക്കളിക്കുന്നവർ

എന്നെ കാണേണ്ടവർക്കും
എനിക്ക് കാണേണ്ടവർക്കും
ആർക്കും ഏതുസമയത്തും
ആരുടെയും അറയിലും
അട്ടത്തും കാണാനും
കാണിക്കാനും
പതിനാറായിരത്തിയെട്ടു
ഡെമ്മികളുള്ളപ്പോൾ
ഞാൻ സ്വയമായിട്ടെന്തിനു
പോയി വീഴണം.

അഥവാ വീണാൽ തന്നെ
ഡമ്മി ആയാൽ തന്നെ
ഉയരത്തിൽ നിന്നും
ഉയരത്തിലേക്കല്ലാതെ
വീഴ്ച സാധ്യമോ?
അതും ഭൂഗുരുത്വം
ഏൽക്കാത്ത
ഉയരത്തിലാവുമ്പോൾ.
●

(2014)

പ്രതിപക്ഷം

പ്രതിക്കൂട്ടിൽ
കൂടുകൂട്ടിയ കിളി-
ഒരു സ്വപ്നം ഒരു നീതി
രണോത്സുകമൊരാദർശം.

ചിറകടിച്ചു പറന്നനാൾ
അതിർത്തികൾ മറന്നുഞാൻ
നിയമമല്ലോ ലംഘിച്ചു.

അധികാര ദൃഷ്ടിയിലെൻ
നിഴലന്നു പതിഞ്ഞല്ലോ.

കാട്ടു തീ പടർന്ന നാൾ
പാട്ടുപാടിപ്പറന്നൊരെൻ
ചിറകിനും തീപിടിച്ചു.

തീയ്യുമായി പറന്ന ഞാൻ
കാറ്റിനൊരു കനൽ കൊടുത്തു

കൊട്ടാരമെരിച്ച തീയിൽ
എൻചിറകൊരു ജ്വാലയായി
പക്ഷമറ്റു പ്രതിയായ് ഞാൻ.

ഒറ്റച്ചിറകിൽ പറന്നു ഞാൻ
ജനമനം കവർന്നല്ലോ.
കുറ്റമതും ചെയ്തുകൂട്ടി

ജാമ്യമില്ലാ വകുപ്പുകൾക്കു
വാറണ്ടുകൾ വന്നുപോയി.
പിടികൊടുക്കാനൊരുക്കമല്ല.

കീഴടങ്ങാം കോടതിയിൽ.

പ്രതിക്കൂടിൽ നിൽക്കുമ്പോൾ
പ്രതിമപോലെ നിൽക്കില്ല.
അധമബോധമെനിക്കില്ല.
പ്രതിക്കൂടെൻ തറവാട്
പ്രതിപക്ഷ മാധാരം.

വിചാരണയെച്ചൊല്ലി
വിചാരപ്പെടാനില്ല
സാക്ഷികൾക്കു കൂറുമാറാം
തെളിവുകൾ പൊളിയാകാം
മഹസ്സറിൽ സ്വരുക്കൂട്ടിയ
മുതലുകൾ പാഴാകാം

എങ്കിലും ഞാൻ
കുറ്റമേൽക്കും
സത്യമാണെൻ കുറ്റങ്ങൾ

പ്രതിക്കൂടിലൊ
രിടമെനിക്കാ
യൊരുക്കീടുക
ചേക്കേറാൻ.
●

(ജനയുഗം വാരാന്തം 2015)

www.ingramcontent.com/pod-product-compliance
Lightning Source LLC
LaVergne TN
LVHW040830051026
849519LV00007BA/2799